எழுதுகோலின் சாரல்கள்

சகா

ஏலே பதிப்பகம்

எழுதுகோலின் சாரல்கள் – கவிதை
© சகா 2021
எழுத்தாளர்: சகா
முதல் பதிப்பு: டிசம்பர் 2021

வெளியீடு:
ஏலே பதிப்பகம்
5/175, பாத்திமா நகர்,
கூத்தென்குழி,
திருநெல்வேலி – 627104
தொடர்புக்கு: 9944992571

Ezhuthukolin Saaralgal - Poetry
All Copy Rights Reserved By © Saga 2021
Author: Saga
First Edition: December 2021

Published By:
Aelay Publish
5/175, Fathima nagar,
Kuthenkuly,
Tirunelveli -627104
Phone: 9944992571

Design And Executed by

ISBN : 978-93-5533-215-8
Page : 75

அக்கா

அன்னைக்கு நிகராய் அகிலமெங்கும்
தேடினாலும் கிடைக்காத
உதிரத்தில் கலந்த உறவு நீ
உமக்கே சமர்ப்பணம்.

*

நன்றி

ஈன்றெடுத்த அம்மை அப்பனுக்கும்,
ஊக்குவித்த உறவுகளுக்கும்,
தோள் தட்டிக் கொடுத்த
தோழமைகளுக்கும்,
நல்வழி வகுத்த நல்லுள்ளங்களுக்கும்,
என்னோடும் என் எழுதுகோலோடும்
யாத்திரை செய்த சந்தோஷினி ரமேஷ்
அவர்களுக்கும், லெட்சுமி பிரியா
முருகானந்தம் அவர்களுக்கும்,
ஹார்ஷினி பிரவீன்குமார்
அவர்களுக்கும் எனது மனமார்ந்த
நன்றிகள்.

*

வெள்ளை காகிதத்தில்
ஒரு கறுப்புக் கறை
என் கவிதைகள்

*

கூடு கட்டி வாழும்
குருவிகளுக்கு கிடைக்கும் சந்தோஷம்
மாளிகையில் வாழும்
மனிதர்களுக்கு கிடைப்பதில்லை.

*

கண்ணாடி சிறை

சிறையிலும் [மீன் தொட்டியில்] அங்கும்
இங்குமாக
அலைந்திடும் அழகான மீன்கள்.

*

உணவளித்து மகிழ்.
உணவை அழித்து மகிழாதே மனிதா.

சிலரின் வார்த்தைகளில் பணமும்
பேசுகிறது.
பணம் கண்டு பாசமெல்லாம்
வேஷமாகிறது.
பணத்திற்கு கை கட்டி நிற்கும்
பாசமெல்லாம் பிணமாகிறது.

*

குப்பைத்தொட்டியின் குரல் !
உன் மனதில் உள்ள பாரங்களை
என்னுள் வீசிவிட்டு செல் பிறகு
திரும்பிகூட பார்க்கமாட்டாய்.

*

குரல் கேட்டு பேசினாலும் முகம்
பார்த்து பேசினாலும் நீ
கையெழுத்திட்டு தபால் அனுப்பும்
கடுதாசி கடிதங்களுக்கு தான்
காத்திருக்கிறேன்.

*

நான் இல்லாமல் உன் பாதம்
உன்னோடு
பயணிக்க மறுத்துவிடும்
இக்காலத்தில்.
இப்படிக்கு உன் பாதம் பழுதடையாமல்
பாதுகாக்கும் நான்[செருப்பு].

*

தெருவில் வீசி எறியும் உணவுக்கு
காத்திருக்கிறது ஆயிரம் ஆயிரம்
பசிகள்.

*

அன்பு

விதைத்துவிட்டு விலகி நின்றாலும்
முளைத்திடும்.
புதைத்துவிட்டு அருகில்
அமர்ந்திருந்தாலும்
முளைக்காது.

*

கான்க்ரீட் காடுகள்

கட்டிடங்களுக்கு வழிவகுத்து விட்டோம்
சுவாசிக்கும் காற்று வருவதற்கு
வழியில்லாமல்
கட்டிட கதவுகளை திறந்து காற்றுக்காக
ஏங்கி நிற்கிறோம்.

*

உன் மன்னிப்பை மதிப்பவனிடம்
மட்டும் மன்னிப்பு கேள்.
மண்டியிட்டு கேட்காதே உன் மதிப்பு
குறையும்.

*

போகும் வழியில் கசக்கி வீசிய
காகிதமாகிவிட்டது
விவசாயம். தற்போது
குப்பைத்தொட்டியில்.

*

என் கடிகாரத்தில் நாம் கரம் கோர்த்து
சென்ற
காலங்கள் நொடியில் சென்றது.
நாம் பிரிந்த நொடியில் என் கடிகாரம்
நின்றது.

*

அநீதிக்கு துணை நிற்கும்
அரக்கர்களுக்கு மத்தியில்
நேர்மையோடு உண்மைக்காக உயிர்
கொடுக்கும்
ஊமையும் உண்டு இப்புவியில்.

*

வீழ்வேனென்று நினைத்தாயோ..!
விண்ணோடும் மண்ணோடும்
வாழ்க்கை முழுதும் போராடும்
என்னை
உன் வீர விஞ்ஞான வளர்ச்சியால்
வீழ்த்தலாம்
என்று நினைத்தாயோ..?
விவசாயி குரல்.

*

நினைவுகள்
என் இதயத்தில் கூடு கட்டியிருக்கும்
உன் நினைவுகளை கலைப்பதற்கு
அது ஒன்றும் மண்ணில் வரைந்த
ஓவியம் அல்ல.
என் இரத்தக் கரையில் எழுதிய
காவியம்.

*

நிலவின் துணையோடு வாழ்கிறேன்
குடிசையான என் மாளிகை வீட்டில்.

*

வெளிவேஷம் கொள்ளாதே மனிதா
உன் உண்மையான அன்பும்
அழுகையும்
வெளிவேஷமாகிவிடும்
வெளியுலகிற்கு.

*

கண் இமைக்கும் நேரத்தில்
மறைந்து போவதில்லை கல்வி
மழை பெய்யும் நேரத்தில்
கரைந்து போவதில்லை கல்வி!
காற்றில் வீசி எறியப்பட்ட
காகிதம் இல்லை கல்வி
அழியாத ரேகையானது கல்வி...!

*

தாய் தந்தை கடவுள் என்ற மூன்று
வடிவங்களாய்...
மூன்று நொடியில் வாசிக்கும்
கவிதைகளாய்...
மூச்சுக் காலம் வரையில் இதயத்தின்
துடிப்புகளாய்...
பதித்து வைத்திருக்கும் பூமியின்
புதையல்களாய்...
பல பூக்கள் வாழும் பூங்காவனத்தில்
இரண்டு பூக்களாய் "அம்மா அப்பா"
என்ற பூங்கொத்துகளின் இதழ்களாய்
'நான்'.

*

குழந்தையின் கிறுக்கல்களை
சற்றே குழந்தையாக மாறி
கவனித்தால்
அது ஓவியம்.

*

உண்ண நேரமில்லை உறங்க
நேரமில்லை
சந்தோஷத்தை அனுபவிக்க
நேரமில்லை
அன்பை பகிர நேரமில்லை.
ஓடிக்கொண்டே இருக்கிறோம். ஏன்?
எதற்கு? எங்கே?
என்ற கேள்விக்கு பதில் உண்டோ..!

*

நானும் தனிமையும் அருகருகே
அமர்ந்திருக்க அமைதியும் நட்புக்
கொண்டது
எங்களோடு.

*

நினைவெல்லாம் வீட்டின் மீது வைத்து
கண்களை சாலையின் மீது வைத்து
கவனத்தை வாகனத்தின் மீது வைத்து
பல பயணிகளின் உயிரை
பாதுகாக்கும்
ஓட்டுனரும் ஒரு வகையில் கடவுள்
தான்.

*

ஏழையின் சிரிப்பை ஏற்றுமதி
செய்துவிட்டனர் சில ரூபாய்
நோட்டுகளுக்காக.

*

வலிகளின் மொழி
மௌனம் என்பேன்.

*

நேசிக்காவிட்டாலும்
என்னை வாசித்துவிடு
மரியாதை உன்னை தேடிவரும்.
இப்படிக்கு புத்தகம்.

*

அழகான தனிமை...

இசையமைக்கும் காற்றோடு
இதழோர புன்னகையுடன்
தனக்கு தானே பேசிக்கொண்டு
தோள்சாய தோளில்லாமல் கசியும்
கண்ணீரோடு
தான் அறியாமல் அசந்து உறங்கும்
இதயங்களுக்கு புரியும் தனிமை
இனிமையானதென்று.

*

மரங்களில் வாழும் பறவைகள்
சுதந்திரமாய் வாழ்கின்றன.
ஆனால் மரத்திலே வாழும்
இலைகளுக்கு
சுதந்திரம்? மரணித்த பிறகு தானே..!

*

முள்ளையும் கல்லையும்
நாம் மிதித்துவிட்டு
குற்றம் கூறுவது என்னவோ
முள்ளையும் கல்லையும் தான்.
முள் குத்திவிட்டது கல் குத்திவிட்டது
என்று.

*

எட்டாத உயரத்திற்கு செல்ல
எறும்புக்கும் ஆசைதான்
ஏணியை எதிர்பார்த்து நிற்கிறது.
எண்ணிய உயரத்தை எட்டிப் பிடிக்க.

*

தொலைந்ததையோ
தொலைத்ததையோ நினைத்து
காத்திருப்பது முட்டாள்தனம்.
ஆனால் மறைந்திருப்பதற்காக
காத்திருக்கலாம்
தேடுதலோடு.

*

அன்னையையும் தோற்கடித்தாயடி
அன்பு காட்டுவதில்
முத்தம் கொடுத்து என்னை கொஞ்சும்
தருணத்திலே
என் உயிர் பிரிந்தாலும் மகிழ்வேனடி
என்ன புண்ணியம் செய்தேனோ
உன் தங்க தங்கையாக பிறந்ததற்கு
அதிர்ஷ்டம் இல்லாதவளோ
உன் தங்க மகளாக பிறக்காததற்கு...

*

சமுதாய சாக்கடை

சரித்திரம் படைத்த சாமானியர்கள்
சாதியை சாகடித்து வாழ்ந்த
இம்மண்ணிலே
வளம் வருகிறது சாதி என்னும்
சாக்கடை
காமவெறி பிடித்து அலையும்
ஓநாய்கள் வாழ்வதாலோ
வர மறுக்கிறது வண்ணத்துப் பூச்சிகள்
கூவம் கொப்பளிக்கிறது
அரசியலின் அன்றாட நடைமுறையில்.
மண்வாசனையை திருடிச்செல்லும்
மண் திருடர்கள் மாயமாகவில்லை
ஆனால் காயம்பட்டனர் திருட்டை தட்டி
கேட்ட மக்கள்...
நியாயத்தையும் நீதியையும்
பணத்திற்கு விற்கும் படுபாவிகள்
உள்ளதாலோ தயக்கமின்றி தவறுகள்
நடைபோடுகிறது.

*

எழுதுகோலின் சாரல்கள்

சத்தமில்லாமல் என்னை முத்தமிடும்
தென்றலுக்கு
என் மேல் காதலோ..

*

போலி அன்புகள்
காற்றோடு கண் முன்னே
காணாமல் போகும் என்றோ ஒரு நாள் .

*

விளையாடும் விதியே..
விஞ்ஞான வேகத்தில்
வளர்ந்து வரும் விஞ்ஞானத்தால்
சதி செய்யும் உன்னை மட்டும் மாற்ற
இயலவில்லையே.

*

மீனவன்...

உப்புக் காற்றை சுவாசித்துக்கொண்டு
கடலிடம் உயிர்பிச்சை ஏந்திக்கொண்டு
உறவுகள் கரையிலே காத்துநிற்க
கடலுக்குள் சென்ற மீனவன்
கணித்த தேதிக்குள் கரைதிரும்பும்
வரை
தொலைபேசியின்றி தொலைதூரம்
சென்ற மீனவன்
மீன்களை உணவளிக்க மீன்களுக்கு
உணவாகாமல்
கரை திரும்பும் மீனவனின் கஷ்டம்
அறியுமோ இவ்வுலகம்.

*

எழுதுகோலின் சாரல்கள்

தனிமையே சற்று திரும்பி பார்.
அன்பை உணர்த்த
மொழி அறியா கோமாளி நான்.

*

உறவுகளுக்கு இடையே
ஊன்றுகோலாய்
தாங்கி நிற்கிறது நட்பின் உருவம்.

*

கண் இமைக்கும் நொடியிலே கானல்
நீராய்
என்னை கடந்தது ஏனோ
ஏதோ ஓர் நாள் அடைமழையாய்
என்னை அணைத்திடுவாயோ..
என் காதலே...

*

நீரின்றி அமையாது உலகு
அதுபோல நீந்தலின்றி நகராது
வாழ்க்கை.

*

எழுதுகோலின் சாரல்கள்

ஏமாற்றங்களும் சில நேரம்
சுகமாகிறது
பழகியதாலோ என்னவோ..?

*

அச்சத்திற்கு அடிமையாகாதே
ஆயுள் முழுதும் அகிலத்திற்கே
அடிமையாக்கப்படுவாய்.

*

கனவுகளை நிஜமாக்க

வேகதடையின்றி வெற்றியின் உச்சம்
தொட
உறக்கத்தில் கண்ட வெற்றி
கனவுகளை நிஜமாக்க
வியர்வை துளிகளை விதையாக்கி
உழைப்பை உரமாக்கி தோல்விகளை
தோழமைகளாக்கி
முயற்சி வேகம் குறையாமல்
வேகத்திற்கு விடுமுறையின்றி
விரைந்து பயணி
வெற்றியின் உச்சம் உன் வசம்.
கனவுகள் நிஜமாகும் நாள் தூரமில்லை..

*

யோசிக்கும் நேரம் இது...
பண்டைய உணவெல்லாம்
பக்குவமாய் மறந்து பறந்து
செல்லும் பயணம் எங்கே?

*

தித்திக்கும் தேனமுதாய் திகட்டா மொழி
எம் தமிழ் மொழி என்பேன்.

*

பதிந்த பாதங்களை மிதித்து
செல்வதைவிட
அதனருகே நம் பாதங்களை பதித்து
செல்வோம்.
பாதை நமதாகும்.

*

எழுதுகோலின் சாரல்கள்

கைதி

சிறையிலே சிக்கிக் கொண்டேன்
சூழ்நிலையால் கைதியானேன்
தண்டனை வேண்டும் என்
தவறுகேற்ப...

*

ஜாதியின்றி மதமின்றி வாழும்
மனமும் உண்டு இம்மண்ணிலே
மண்ணிற்கு உரமாகும் உடலுக்கு
எதற்கடா மதம்.

*

எழுதுகோலின் சாரல்கள்

கடந்து போக நினைக்கையில்
தடைபோடுகிறது
தடம் பதித்த நியாபகங்கள்.

*

கவிதைக்கு ஒரு கடிதம்

அனுப்புனர்

சகா

பெறுநர்

கவிதை,

எழுதுகோலின் சாரல்கள்

அன்புள்ள கவிதைக்கு
நானும் என் எழுதுகோலும்
உன் வசப்பட்டுவிட்டோம். என்
எண்ணங்கள் யாவும் நீயே
நிறைந்திருக்கிறாய். மீதமுள்ள என்
ஆயுள் காலங்கள் முழுவதும் உன்னுள்
புதைந்து விடுவேனோ என்ற அச்சம்
எனக்கு. என்னை தாங்கும் பூமித்
தாய்க்கு நிகரானாய். என்
எண்ணங்களை எல்லாம்

ஏற்றுக்கொண்டு என் உணர்வுகளை
புரிந்து கொண்ட நீ உருவம் கொண்டு
உயிர் பெற்றாய் என்னுள். உன்னுள்
சிறைபிடித்துவிடாதே என்னை.
சுதந்திர பறவையாக்கிவிடு
உன்னுள்ளே.

அன்புடன்

சகா

*

கோலமிட்ட வாசலில்
ஏராளமான விருந்தாளிகளாய்
எறும்புகள்.

*

இவள்

காமத்திற்காக பிறந்தவள் அல்ல
கண்ணியத்தோடு வாழப்பிறந்தவள்
இவள்.
புத்தகம் கற்க பிறந்தவள் அல்ல
புத்தகமாக பிறந்தவள் இவள்..
கண் கலங்கப் பிறந்தவள் அல்ல
யாரும் கண் கலங்காமல் காக்கப்
பிறந்தவள் இவள்.
கஷ்டப்பட பிறந்தவள் அல்ல
இஷ்டப்படி வாழப்பிறந்தவள் இவள்.
இரவுக்கு நிலவாகவும்
பெ[வெ]ண்ணி[நி]லவாகவும்
பிறந்தவள் இவள்.

*

மேவும் விரலும் மெல்லிசையால்
வருடிச் செல்கிறது என் இதயத்தை.

*

காமத்திற்காக காதலிப்பது
உயிரற்ற காதலில் இரு சவங்கள்.

*

காதல் போதையிலே தள்ளாடாதே
கல் தடுக்கி கால் தடுமாறி
காதல் விழுந்துவிடும்.

*

குடிசை வீட்டினிலே குறைவான
வசதியிலே
நிறைவான நிம்மதியே.

*

காதலின் நிறம்
இதுவரை நான் அறிந்ததில்லை
நிறம் சூட்ட காதல் ஒன்றும் காகிதத்தில்
கண்ட ஓவியம் அல்ல
அது ஒரு நிறமில்லா நிஜம்.

*

எழுதுகோலின் சாரல்கள்

அந்த அறுபது நிமிடங்கள் எண்ணற்ற
எண்ணங்கள் எட்டிப் பார்க்கிறது
என்னை...

*

ஏழை என்று வஞ்சகம் செய்யாதீர்.
ஏழை தான் ஆனால் கோழை அல்ல.

*

எட்டு திசையிலும் எட்டிப்பார்த்தேன்
எட்டிய தூரம் வரையிலும் எண்ணற்ற
அன்பானவர்கள்
அதில் எத்தனை மெய்யோ பொய்யோ
அறியவில்லை என் மனம்.

*

பேனா முனை சிந்திடும் மைத்துளிகள்
என் கவிதையின் சாரல்கள்
மெல்லிசை குளிர் காற்றில்
குளிர் காய்ச்சல் என் கவிதைகளுக்கு.

*

இனங்கள் வேறுப்பட்டாலும்
உயிர்களும் உணர்வுகளும்
ஒன்றுபட்டவை
என்பதை மறுக்காதே மறக்காதே
மனிதா.

*

வெட்டப்பட்ட சிறகுகள்

இடைவெளியில்லா வேகத்தடை ஏன்
பெண்களுக்கு
வேகமாய் பறக்க துடிக்கும்
மங்கைகளை முடக்குவது சரியா?
ஆயிரம் ஆயிரம் ஆசைகள்
அடங்கி கிடக்கின்றது
அடுப்பங்கரையிலே...
வேதனைகள் கூடி சாதனைகள்
சாய்ந்து கிடக்கின்றது
சமையலறையிலே..
பட்டமரங்களும் பாலியல் கொடுமை
செய்வதாலோ
பசுங்கன்றுகளுக்கு பள்ளிப்படிப்போடு
முற்றுப்புள்ளி வைக்கின்றார்களே..
பட்டபடிப்புக்கு என்ன பதில் சொல்வது
கண்ட கனவெல்லாம் காணாமலே
போனதே
எங்கு சென்று யாரிடம் புகார்
கொடுப்பது
நாய்கள் நாசம் செய்த நங்கைகளுக்கு
ஒரு நீதி நித்தம் உண்டோ..?
பாய்ந்து வருகிறது பயம் நம்

நங்கைகளுக்கு பாதுகாப்பு உண்டோ
பெண்மைக்கு சிந்தனைகள் விறகோடு
போக
சிறகுகள் வெட்டப்பட்டு கிடக்கின்றது
ஏராளமான பறவைகள்
அடுப்பங்கரையிலே.

*

நதிக்கரையிலே தூண்டில் போட
துள்ளி வந்த மீன்களெல்லாம்
துடிக்கிறது தூண்டிலிலே.

*

தங்களது பொண்ணான நேரத்தை
எனது சிதறிய எழுத்துக்களுக்காக
செலவழித்தமைக்கு நன்றி. தங்களது
கருத்துகளுக்காக காத்திருக்கிறோம்
நானும் என் எழுதுகோலும்.

gayathrishanmuganathan28@gmail.com

Insta: my_lovable_stone_heart

*

சகாவின் எழுதுகோல்களும்
எதையோ சொல்லத்தான்
துடிக்கின்றன, அதெல்லாம்
'எழுதுகோலின் சாரல்கள்' வழியே
சிதறிவிட்டது எழுத்துக்களாய்.

எனது இயற்பெயர் காயத்ரி
சண்முகநாதன். எனது பெற்றோர்
திரு.ஆ.சண்முகநாதன் –
திருமதி.பாரத செல்வி
சண்முகநாதன் அவர்களுக்கு சோழ
பூமியான தஞ்சை மாவட்டத்திலே
சோலைக்காடு என்ற கிராமத்தில்
ஒரு விவசாய குடும்பத்தில் பிறந்து
எழுதுகோலை ஊன்றுகோலாய்
எடுத்துள்ளேன் இப்படைப்பின்
வழியே.

*